పేద అబ్దుల్లా మరియు అతని కల

చాలా కాలం క్రితం, ఒక పేదవాడు నివసించాడు. అతని పేరు అబ్దుల్లా. అతను చాలా పేదవాడు. సుల్తానా, అతని భార్య అతనికి సుఖం అందించలేదని ఎప్పుడూ శపించేది. వారి ఇల్లు చాలా సంవత్సరాల క్రితం ధనిక సుల్తాన్ ప్యాలెస్ అయిన శిధిలమైన గోడ.

అబ్దుల్లా తన విధిని తానే తిట్టుకోవడంలోనే ఎక్కువ సమయం గడిపాడు. “ఒంటెలు నాకంటే కూడా మంచివి. నాకు వాటిలా తిండి, వసతి లేదు. ఓ అల్లా! దయచేసి నన్ను పిలవండి. నేను ఈ లోకాన్ని విడిచిపెట్టాలనుకుంటున్నాను” అని ఒకరోజు గొణుగుతూ కూర్చున్నాడు. అకస్మాత్తుగా అతని భార్య వచ్చి తిట్టడం ప్రారంభించింది. “మూర్ఖుడా! నువ్వు దేనికీ మంచివాడివి. వెళ్ళు, కొంచెం డబ్బు తీసుకో.”

అబ్దుల్లా బాగ్దాద్ వీధుల్లో తిరిగాడు. అతను దురదృష్టవంతుడు మరియు ఒక్క దీనార్ కూడా పొందలేకపోయాడు. చివరికి ఇంటికి చేరుకున్నాడు. సుల్తానా అప్పటికే నిద్రపోయింది. అబ్దుల్లా కూడా భోజనం చేయకుండానే నిద్రపోయాడు. "ఓ అల్లా! నేను ఇప్పుడు నీ కనికరం లేని ప్రపంచాన్ని విడిచిపెట్టాలనుకుంటున్నాను" అని నిద్రపోయే ముందు తన అదృష్టాన్ని శపించాడు.

ఆ రాత్రి అబ్దుల్లాకు ఒక కల వచ్చింది. అతని కలలో పొడవాటి గడ్డంతో ఒక ముసలి ఫకీరు కనిపించాడు. "గో కైరో! వెళ్ళు కైరో అబ్దుల్లా!" అని అరిచాడు ఫకీరు. అబ్దుల్లా ఉదయం లేచాడు. అతను ఇప్పటికీ ఫకీరు స్వరం వినగలిగాడు. తన కల గురించి సుల్తానాతో చెప్పాడు. "ఇది అల్లా నుండి వచ్చిన సందేశం" అని అతను చెప్పాడు. "నేను కైరో, సుల్తానా వెళ్లాలి. మా అదృష్టం మారుతుంది," అన్నారాయన. దీంతో సుల్తానా ఆగ్రహం వ్యక్తం చేసింది. ఆమె అరిచింది, "నువ్వు ఏమీ చేయలేవు! సిగ్గుపడతావు!! నీకు కైరో వెళ్ళడానికి డబ్బు ఉందా? బయటకు వెళ్ళు. డబ్బు సంపాదించు. ఇంట్లో తిండి లేదు," అంది సుల్తానా కోపంగా. కానీ అబ్దుల్లా తన కలను అనుసరించాలని నిశ్చయించుకున్నాడు.

ఆ రాత్రి భార్యకు చెప్పకుండా కైరో వెళ్లిపోయాడు. అదృష్టవశాత్తూ, అతను ఒక కారవాన్‌ను ఎదుర్కొన్నాడు. ఇది శీర్షిక ఉంది కైరో వైపు. అందులో అబ్దుల్లాకు తెలిసిన వ్యక్తులు ఉన్నారు. వచ్చిన అవకాశాన్ని వృథా చేయకూడదనుకున్నాడు. ఆయన మాట్లాడారు కారవాన్ సభ్యులలో ఒకరికి, "మిత్రమా, నేను కారవాన్‌లో చేరాలనుకుంటున్నాను. మీరు నాకు సహాయం చేయగలరా?" యొక్క నాయకుడు కారవాన్ వారి సంభాషణను విన్నాడు. "నేను నీకు సహాయం చేస్తాను. అయితే నువ్వు నేను చెప్పినట్లు చెయ్యాలి" అన్నాడు."కైరో చేరుకోవడానికి నేను ఏమైనా చేస్తాను సార్" అని అబ్దుల్లా బదులిచ్చాడు. నాయకుడు అతనికి స్నానం చేసే పనిని కేటాయించాడు మరియు ఒంటెలను మేపడం.

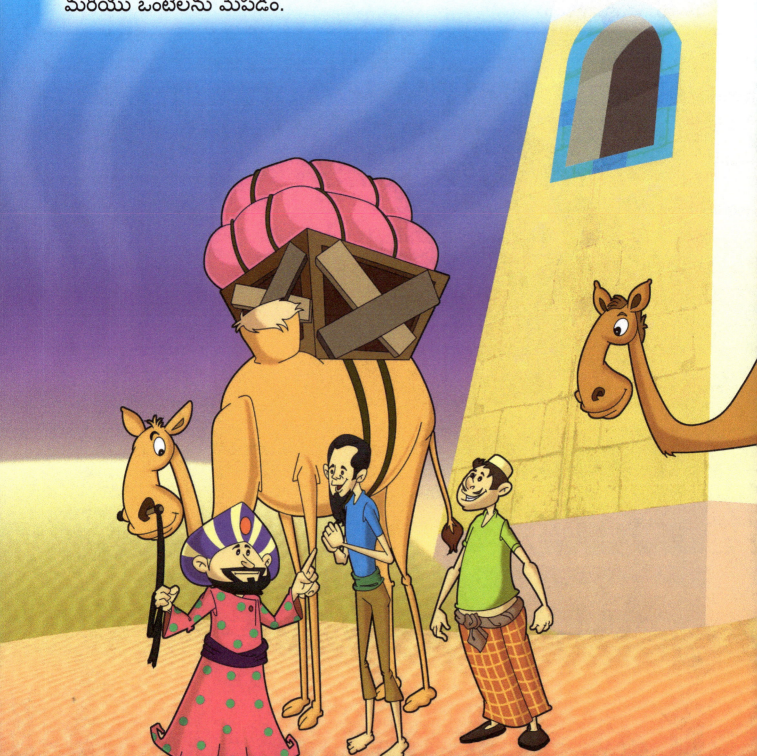

చివరగా, కారవాన్ కైరో చేరుకుంది మరియు సభ్యులు చెదరగొట్టారు. అబ్దుల్లా ఒంటరిగా మిగిలిపోయాడు. అతని దగ్గర డబ్బులు లేవు. చెట్టుకింద పడుకున్నాడు. అకస్మాత్తుగా అబ్దుల్లా తన చెవుల్లో ఎవరో అరుస్తున్నట్లు విని లేచాడు. "అరే! లేవండి! ఇదేనా మీ నాన్నగారి ఆస్తి?" అని అరిచాడు యూనిఫాం ధరించిన వ్యక్తి. అబ్దుల్లా భయపడ్డాడు. అతను వెంటనే లేచి, "అయ్యా, ఈ పేదవాడిని కరుణించండి. నేను మిమ్మల్ని వేడుకుంటున్నాను. దయచేసి నన్ను రక్షించండి" అని అరిచాడు. యూనిఫారంలో ఉన్న వ్యక్తి అబ్దుల్లా విన్నపాన్ని వినే మూడ్‌లో లేడు. అతను "నేను పట్టించుకోను! నువ్వు నాతో పాటు సుల్తాన్ ఆస్థానానికి రావాలి!"

అబ్దుల్లాకు వేరే మార్గం లేదు. అతను యూనిఫాం మనిషిని అనుసరించాడు. వారు కైరో సుల్తాన్ కోర్టుకు చేరుకున్నారు. సుల్తాన్ అబ్దుల్లా కథను విని ఇలా అన్నాడు, "నేను మీ కోసం క్షమించండి, కానీ మీరు ఒక నేరం చేసారు ." "కోర్టు నిన్ను శిక్షిస్తుంది" అని సుల్తాన్ చెప్పాడు. అబ్దుల్లాను జైలులో ఉంచి రెండు రోజుల తర్వాత విడుదల చేశారు.

సుల్తాన్ అబ్దుల్లాకు కొన్ని దీనార్లు ఇచ్చి, వెంటనే బాగ్దాద్‌కు బయలుదేరమని ఆదేశించాడు. సుల్తాన్‌అ బ్దుల్లాకు సలహా ఇచ్చాడు, "నీ కలలను ఎప్పుడూ గుడ్డిగా అనుసరించవద్దు. నా వజీర్ కొన్ని రోజుల క్రితం ఒక కల వచ్చింది. ఫకీర్ బాగ్దాద్ వెళ్లి ఒకప్పుడు సుల్తాన్ నివాసంగా ఉన్న శిథిలమైన గోడను తవ్వమని అడిగాడు. నా వజీర్ చేయలేదు తన సమయం వృధా. అతను ఇక్కడ ఉన్నాడు, నా దగ్గర పని చేసి డబ్బు సంపాదిస్తున్నాడు.

స్వప్న విన్న అబ్దుల్లా ఆశ్చర్యపోయాడు. అతను వెంటనే సుల్తాన్ నుండి సెలవు తీసుకున్నాడు. బాగ్దాద్ చేరుకోగానే శిథిలమైన తన ఇంటికి వెళ్లాడు. పార తీసుకుని గోడ తవ్వడం మొదలుపెట్టాడు. అతని భార్య "ఇదిగో! సిగ్గులేని జీవి! అలాంటి పేదవాడికి భార్యగా నా విధిని శపించాలి" అని అరిచింది. అబ్దుల్లా నవ్వుతూ "సుల్తానా, నువ్వు ఇప్పుడు కోటీశ్వరుడివి" అన్నాడు. దీంతో సుల్తానా ఆశ్చర్యపోయింది. అబ్దుల్లాకు పిచ్చి పట్టిందని ఆమె అనుకుంది. అబ్దుల్లా ఆభరణాల భారీ పెట్టెను చూపించాడు. గోడను తవ్విన తర్వాత అతను దానిని కనుగొన్నాడు. సుల్తానా సంతోషించింది. ఆమె ఆనందంతో ఏడ్చింది. "ఓ అల్లా! మేము ఇప్పుడు ధనవంతులం!" అబ్దుల్లా మరియు సుల్తానా బాగ్దాద్‌లో ఒక భారీ భవనాన్ని కొనుగోలు చేశారు. వారు సంతోషంగా జీవించారు.

ప్రిన్స్ జమాస్ మరియు ది లాస్ట్ రూబీ రింగ్

చాలా కాలం క్రితం, ఒక యువరాజు నివసించాడు. అతని పేరు జమాస్. అతను బెదౌరా అనే అందమైన యువరాణిని వివాహం చేసుకున్నాడు. యువరాజుకు వేటలో గడపడం చాలా ఇష్టం. ఒకరోజు, యువరాజు వేట కోసం అడవికి వెళ్ళాడు. అతనితో పాటు యువరాణి బెదౌరా కూడా వచ్చింది. ఒకరికొకరు సహవాసం చేస్తూ ఆనందించారు.

కొంత సమయం తరువాత, వారు విశ్రాంతి తీసుకోవాలని నిర్ణయించుకున్నారు. ప్రిన్స్ జమాన్ ఒక గుడారాన్ని సిద్ధం చేయడం ప్రారంభించాడు. యువరాణి బెదౌరా అలసిపోయినట్లు అనిపించింది. “అయ్యో! చాలా అలసిపోయాను. నా బరువైన నగలు తీయాలి” అనుకుంది. ఆమె తన నగలన్నీ తీసుకుని ఒక పెద్ద రాయిపై ఉంచింది. అకస్మాత్తుగా, ఒక డేగ రాయిపై వేగంగా పడింది. అది ఒక రూబీ రింగ్‌ని తీసుకువెళ్లింది. తన ఉంగరంతో ఎగిరిపోతున్న డేగను చూసి యువరాణి బెదౌరా ఆశ్చర్యపోయింది. “నాకిష్టమైన రూబీ! డేగ దాన్ని తీసుకెళ్తుంది” అని ఏడ్చింది. “ఓహ్! అది లేకుండా నేను జీవించలేను. జమాన్!” ఆమె అరిచింది.

ప్రిన్స్ జమాన్ తన యువరాణిని ఎంతో ప్రేమించాడు. ఆమె కలత చెందడం అతను చూడలేకపోయాడు. “డోంట్ వర్రీ, మై డియర్. నేను రూబీ రింగ్ వెనక్కి తీసుకుంటాను.” డేగను పట్టుకోవడం అసాధ్యమని జమాన్‌కు తెలుసు. అయితే తన వాగ్దానాన్ని నెరవేర్చాలనే పట్టుదలతో ఉన్నాడు. జమాన్ యువరాణి టెదౌరా నుండి సెలవు తీసుకొని వేగంగా పక్షిని అనుసరించాడు. అతను తీవ్రంగా ప్రయత్నించాడు, కానీ వెంటనే పక్షి కనిపించకుండా పోయింది. తాను డేగను అనుసరించి చాలా దూరం వచ్చానని యువరాజు గ్రహించాడు. “అల్లా! నా ప్రియమైన యువరాణి ఒంటరిగా ఉంది. నేను ఇప్పుడు హడావిడి చేయాలి, ”అతను తనలో తాను చెప్పుకున్నాడు.

ప్రిన్స్ జమాన్ అడవి గుండా పోరాడుతూ శిబిరానికి తిరిగి వచ్చాడు. అతను టెంట్ లోపలికి వెళ్ళాడు, కాని అది ఖాళీగా ఉండటం చూసి ఆశ్చర్యపోయాడు. యువరాణి అక్కడ లేదు. అంటూ అరుస్తూ చుట్టూ వెతికాడు.

"బెదౌరా! నా ప్రేమ, నువ్వు ఎక్కడ ఉన్నావు?" కానీ అతను తన ప్రియమైన యువరాణిని కనుగొనలేకపోయాడు యువరాజు దూరంగా ఉండగా, ఒక క్రూర మృగం యువరాణిపై దాడి చేసింది. ఆమె భయపడి తనను తాను రక్షించుకోవడానికి పరిగెత్తింది. పారిపోతూ, యువరాణి బెడౌరా దారి తప్పిపోయింది. ఆమె సుల్తాన్ అర్రామ్ రాజ్యానికి చేరుకుంది. సుల్తాన్ దయగలవాడు. బెదౌరా కథ విన్నాడు. అతను యువరాణితో, "నువ్వు రాజభవనంలో ఉండు. సుఖంగా ఉండు" అన్నాడు.

ఇంతలో, ప్రిన్స్ జమాన్ ఒక అందమైన తోటకి చేరుకున్నాడు. అతను తన ప్రియమైన యువరాణి కోసం వెతుకుతూ అలసిపోయాడు.

మరికొంత కాలం విశ్రాంతి తీసుకోవాలని నిర్ణయించుకున్నాడు. అతను ఒక రాయి మీద కూర్చున్నాడు. "నా ప్రియమైన భార్యను నేను కనుగొనగలను. నేను చేయలేను ఆమె లేకుండా జీవించు," అతను గొణుగుతున్నాడు. అకస్మాత్తుగా ఒక డేగ రాయి మీద కదిలింది. అది ఏదో పడిపోయింది అతని దగ్గర. ప్రిన్స్ జమాన్ దానిని జాగ్రత్తగా చూశాడు. అతని ఆనందానికి, అది యువరాణి బెడౌరా యొక్క కోల్పోయిన రూబీ రింగ్.

యువరాజు త్వరగా ఉంగరాన్ని తీసుకున్నాడు. అతను సంతోషంగా ఉన్నాడు కానీ విచారంగా ఉన్నాడు. "నా ప్రియమైన యువరాణి బెదౌరా కంటే విలువైనది ఏదీ లేదు. ఓహ్! నేను ఆమెను చూడటానికి వేచి ఉండలేను," అతను అరిచాడు. అతను చాలా చోట్ల వెతికినా బెదౌరా దొరకలేదు. చివరికి, అతను సుల్తాన్ అర్మామ్ రాజ్యానికి చేరుకున్నాడు. ఒక అందమైన కొత్త యువరాణి రాక గురించి రాజ్యమంతా మాట్లాడుకుంది. కొత్త యువరాణి తన భార్య బెదౌరా తప్ప మరెవరో కాదని యువరాజుకు ఖచ్చితంగా తెలుసు

సుల్తాన్ రాజభవనంలోకి ప్రవేశించడం కష్టమని ప్రిన్స్ జమాన్‌కు తెలుసు. అతను ఒక ప్రణాళిక ఆలోచించాడు. పాల వ్యాపారి వేషం వేసుకున్నాడు. పాల సీసా తీసుకుని రాజభవనానికి వెళ్లాడు. "దయచేసి యువరాణిని చూడటానికి నన్ను అనుమతించు, ఓ సుల్తాన్!" ఆయన అభ్యర్థించారు. "నేను ఈ మేక పాల పాత్రను యువరాణికి సమర్పించాలనుకుంటున్నాను. నేను విన్నాను కొత్త యువరాణికి పాల స్నానం చేయడం చాలా ఇష్టం. ఇది ప్రత్యేకమైన మేక నుండి వచ్చిన పాలు, ఆమె చర్మం మెరుస్తుంది,"

యువరాజు జోడించారు. సుల్తాన్ పాల కూజాను యువరాణికి పంపాడు. యువరాణి ఒక పెద్ద పాత్రలో పాల పాత్రను పోసింది. ఆమె పాలు పోస్తుండగా, రూబీ రింగ్ బయటకు వచ్చింది. "ఓహ్, అది నా కోల్పోయిన రూబీ రింగ్!" ఆమె ఆనందంతో ఏడ్చింది. పాల వ్యాపారి నా రాకుమారుడు" అనుకుంది.

ఆమె వెంటనే బయటకు పరిగెత్తి, ప్రిన్స్ జమాన్‌ని కలవడానికి సుల్తాన్ ఆస్థానానికి వెళ్ళింది. యువరాజును చూడగానే, "నాకు తెలుసు! అది నువ్వేనని నాకు తెలుసు, నా యువరాజు. చివరికి, నేను నిన్ను కలిశాను!" అని అరిచింది. యువరాజు సంతోషించాడు. అతని చెంపల మీద ఆనందంతో కన్నీళ్లు తిరిగాయి. యువరాణిని జాగ్రత్తగా చూసుకున్నందుకు దయగల సుల్తాన్‌కు ధన్యవాదాలు తెలిపారు. ప్రిన్స్ జమాన్ మరియు యువరాణి బెదౌరా తిరిగి తమ రాజ్యానికి వెళ్లి సంతోషంగా జీవించారు.

కవి మరియు డెవిల్స్ శాపం

ఒకప్పుడు ఒక ప్రసిద్ధ కవి ఉండేవాడు. అతని పేరు ఫిరోజ్. అతను యువకుడు, అందమైనవాడు మరియు తెలివైనవాడు. అతను బాసర నగరంలో తన కవిత్వానికి ప్రసిద్ధి చెందాడు. ఫిరోజ్ వివిధ నిర్జన ప్రదేశాలు మరియు అరణ్యాలలో తిరుగుతూ ఉండేవాడు. ఈ ప్రదేశాల నుండి అతను కవిత్వానికి అందమైన ఆలోచనలను పొందాడు. ఒకరోజు, ఫిరోజ్ దట్టమైన అడవిలో తిరుగుతున్నాడు. తెలియకుండానే, అతను క్రూరమైన దెయ్యం యొక్క భూభాగంలోకి వెళ్ళాడు. ఫిరోజ్ ఒక పెద్ద మర్రిచెట్టు కింద కూర్చున్నాడు. "ఇప్పుడు, నేను గొప్పగా వ్రాయగలను," అని ఫిరోజ్ తనలో తాను చెప్పాడు.

దెయ్యం దీన్ని సహించలేకపోయింది. అతనికి కోపం వచ్చి ఫిరోజ్ ముందు ప్రత్యక్షమయ్యాడు. అతనిలో దెయ్యం రెచ్చిపోయింది భయంకరమైన స్వరం, "నా భూభాగంలోకి ప్రవేశించడానికి ఎవరు ధైర్యం చేస్తారు?" ఫిరోజ్ భయపడ్డాడు. వెంటనే లేచి నిలబడ్డాడు. ఫిరోజ్‌ని విడిచిపెట్టే మానసిక స్థితి దెయ్యానికి లేదు. "నువ్వు శిక్షించబడతావు! సిద్ధంగా ఉండు, మూర్ఖుడా!" గర్జించాడు దెయ్యం.

ఫిరోజ్ "అయ్యో! నన్ను క్షమించు. ఇది నీ రాజ్యమని నాకు తెలియదు" అని అరిచాడు. దీంతో ఫిరోజ్ తనను తాను రక్షించుకునేందుకు చెట్టుపైకి ఎక్కేందుకు ప్రయత్నించాడు. "హ హహ!" దెయ్యం యొక్క స్వరం ఉరుము. "నీకు చెట్లు ఎక్కడం అంటే ఇష్టమే కదా.. నీ కోరిక తీరుస్తాను." దెయ్యం అతని వేళ్లను పగులగొట్టి, "మిన్ మిన్, ఒక్క నిమిషంలో కోతిగా మారండి" అని నినాదాలు చేసింది.

ఫిరోజ్ వెంటనే కోతిలా మారిపోయాడు. ఫిరోజ్ పెద్దగా చేయలేకపోయాడు. అతను దూకి చెట్లు ఎక్కాడు. ఈ రొటీన్ చాలా నెలల పాటు కొనసాగింది. ఒక రోజు, అతను ఒక కారవాన్ చూశాడు. అందులో ఒంటెలు మరియు వ్యాపారులు బాగ్దాద్ నగరానికి తరలివెళ్లారు. ఫిరోజ్, కోతి అదొక అవకాశంగా భావించి తన విన్యాసాలతో కారవాన్ సభ్యులను అలరించడం ప్రారంభించింది. అతను నేలపై దొర్లాడు, గాలిలో ఎత్తుకు దూకి, తాళ్లు ఎక్కాడు. చురుకైన కోతిని చూసి ప్రజలు మురిసిపోయారు. వారు అతనిని బాగ్దాద్ తీసుకెళ్లారు.

బాగ్దాద్ చేరుకున్నప్పుడు, అతను ఒక ప్రకటనను విన్నాడు, "ఇది సుల్తాన్ యొక్క రాచరిక కోర్ట్ నుండి వచ్చిన ప్రకటన. సుల్తాన్‌కు ఒక లేఖ రాయమని మీరందరూ ఆహ్వానించబడ్డారు. ఉత్తమ లేఖ రచయిత సుల్తాన్ సలహాదారుగా నియమిస్తారు.

కారవాన్ సభ్యుల్లో ఒకరు లేఖతో కోర్టును సందర్శించాలని నిర్ణయించుకున్నారు. అతని పేరు సాదిక్. అతను తీసుకున్నాడు అతనితో పాటు కోతిని ఫిరోజ్ చేశాడు. "సుల్తాన్ కోతిని చూసి సంతోషిస్తాడు" అనుకున్నాడు. చేరుకోగానే కోర్టు, సాదిక్ తన లేఖను సుల్తాన్‌కు అందించాడు. సుల్తాన్ ఉత్తరం చదివి, "సాదిక్, నాకు ఉత్తరం నచ్చింది అయితే క్షమించండి, నేను మిమ్మల్ని నా సలహాదారుగా నియమించుకోలేను." సుల్తాన్ సాదిక్‌కి లేఖను తిరిగి ఇచ్చాడు. ఫిరోజ్, కోతి ఇదే మంచి అవకాశంగా భావించింది. అతను వెంటనే సాదిక్ నుండి లేఖ మరియు పెన్ను లాక్కున్నాడు. అతను రాశాడు. సుల్తాన్‌కి ఒక లేఖ.. ఒక రచయిత కోతిని చూసి సుల్తాన్ మరియు అతని సభికులు ఆశ్చర్యపోయారు.

సుల్తాన్ ఆ ఉత్తరాన్ని చదివి ఎంతో ముగ్ధుడయ్యాడు. అతను వెంటనే తన కుమార్తె, యువరాణిని పంపాడు జుబేదా. ఆమె మాంత్రికురాలు. సుల్తాన్ ఇలా అన్నాడు, "ఓ నా ప్రియమైన యువరాణి, నీ మంత్రశక్తిని ఉపయోగించు మరియు ఎవరో చెప్పు."

యువరాణి జుబేదా వెంటనే చేతులు పైకెత్తి కొన్ని మంత్ర పదాలు పలికింది. యువరాణి చెప్పింది ఆమె తండ్రి, "ప్రియమైన తండ్రీ, ఈ కోతి తెలివైన కవి. ఒక క్రూరమైన దెయ్యం తన మంత్రముద్ర వేసి అతనిని కోతిగా మార్చింది." సుల్తాన్ యువరాణిని దెయ్యం యొక్క మంత్రాన్ని విచ్ఛిన్నం చేయమని ఆదేశించాడు. యువరాణి జుబేదా తన తండ్రి ఆజ్ఞను పాటించింది. దెయ్యాల మాయను ఛేదించండి.. అమాయకుడిని మళ్లీ అసలు రూపంలోకి మార్చండి" అంటూ నినాదాలు చేసింది. జుబేదా ఆమె వేళ్లను మూడుసార్లు

విరిచాడు. మరియు ఇదిగో! కోతి అందమైన మనిషిగా మారిపోయింది. ఫిరోజ్ యువరాణి మరియు సుల్తాన్‌కు వారి సహాయానికి ధన్యవాదాలు తెలిపాడు. సుల్తాన్, "నువ్వు ప్రతిభావంతుడివి. నువ్వు ప్రతిఫలానికి అర్హులు." ఆ తర్వాత అతను ఫిరోజ్‌ని తన ముఖ్య సలహాదారుగా ప్రకటించాడు. కవి సుల్తాన్‌కు సేవ చేశాడు.

అల్లాదీన్ మరియు మేజిక్ లాంప్

ఒకప్పుడు అరేబియాలోని అగ్రబాలో ఒక పేద టైలర్ ఉండేవాడు. అతనికి అల్లాదీన్ అనే కొడుకు ఉన్నాడు. అల్లాదీన్ అజాగ్రత్త బాలుడు. రోజంతా ఆడుతూ సమయాన్ని వృథా చేసుకున్నాడు. ఒకరోజు అల్లాదీన్ తన ఇంటి దగ్గర ఆడుకుంటున్నాడు. అకస్మాత్తుగా ఒక పెద్దాయన వచ్చి "నువ్వు అల్లాదీనా.. నీ తండ్రిలా కనిపిస్తున్నావు" అని అడిగాడు. దీంతో అల్లాదీన్ ఆశ్చర్యపోయాడు. వృద్ధుడు, "నేను మీ మామయ్యను, నేను చాలా దూరంగా ఉన్న దేశంలో నివసించాను చాలా సంవత్సరాల నుండి."

అతను అల్లాదీన్‌కి కొన్ని స్వీట్లు మరియు బొమ్మలు ఇచ్చాడు. "ఎంత మంచి మనిషి! అతను ఖచ్చితంగా నా మామ" అని అల్లాదీన్ తనలో తాను చెప్పుకున్నాడు. కానీ, నిజం మరొకటి ఉంది. ఆ ముసలివాడు అతని మామ కాదు. అతను చెడ్డ మాంత్రికుడు. అతను అమాయక అల్లాదీన్‌ను తన స్వార్థ ప్రయోజనాల కోసం ఉపయోగించాలనుకున్నాడు.

మరుసటి రోజు, పాత మాంత్రికుడు అల్లాదీన్‌ను తనతో తీసుకెళ్లాడు. వారు చాలా దూరం ప్రయాణించారు. చివరకు వారు రెండు పర్వతాలను చేరుకున్నారు. ఇవి సన్నని లోయతో విభజించబడ్డాయి. మాంత్రికుడు కొన్ని వింత పదాలు పలికాడు. ఒక్కసారిగా కింద నేల తెరుచుకుంది. ఒక రాతి ట్రాప్-డోర్ కనిపించింది, అల్లాదీన్ వింత స్థలాన్ని చూసి భయపడ్డాడు. మాంత్రికుడికి అల్లాదీన్‌ను ఎలా నిర్వహించాలో తెలుసు. అతను ట్రాప్-డోర్ ఎత్తి, భయపడవద్దని అల్లాదీన్‌ను కోరాడు. “నా కుమారుడా, నా మాట వినండి!” అన్నాడు మాంత్రికుడు.

"నా కుమారుడా, నువ్వు ఎంత పేదవాడివో నాకు తెలుసు. నీ తండ్రి కుటుంబాన్ని పోషించలేకపోతున్నాడు. నీ బాధలు తీర్చడానికి నేను వచ్చాను" అన్నాడు మాంత్రికుడు. "లోపల నీ కోసం ఒక పెద్ద నిధి ఉంది. నీ కుటుంబం ఇప్పుడు ధనవంతులవుతుంది" అని మాంత్రికుడు అలాద్దీన్‌ను ఒప్పించడానికి ప్రయత్నించాడు.

అల్లాదీన్‌కి తాను దర్శకత్వం వహించినట్లే చేయాలని చెప్పాడు. "అక్కడికి వెళ్ళు, మీకు తెరిచిన తలుపు కనిపిస్తుంది మిమ్మల్ని ఒక పెద్ద హాల్‌కి తీసుకెళ్లండి. మీరు దాని గుండా వెళ్ళాలి. దేనినీ తాకవద్దు. మీరు చూసే వరకు నడుస్తూ ఉండండి వెలిగించిన దీపం" అన్నాడు మాంత్రికుడు.

"దీపాన్ని ఏం చేయాలి మామయ్యా?" అడిగాడు అల్లాదీన్. తన ముసలి మామ ఏం చేస్తున్నాడో అని కాస్త కంగారు పడ్డాడు. "దీపం ఊడిపోయి అందులో ఉన్న నూనె వేయండి. సమయం వృథా చేయకుండా నా దగ్గరకు దీపం తీసుకురండి" చెడ్డ మాంత్రికుడు బదులిచ్చాడు.

మాంత్రికుడు నిర్దేశించినట్లే అల్లాదీన్ చేశాడు. అతను తోట గుండా వెళ్లి చివరకు దీపాన్ని కనుగొన్నాడు. తిరిగి వస్తుండగా చెట్లపై ఉన్న అందమైన పండ్లను, చుట్టూ ఉన్న సంపదను చూసి ఆశ్చర్యపోయాడు. తనకు చేతనైనదంతా జేబులు నింపుకున్నాడు. అప్పుడు అల్లాదీన్ దీపంతో తిరిగి వచ్చాడు. మెట్లపైకి రాగానే అల్లాదీన్ "ఇదిగో నేను మామయ్యా! దయచేసి నన్ను బయటకు రప్పించండి" అని అరిచాడు. మాంత్రికుడు "నా కొడుకు, ముందు దీపం నాకు ఇవ్వు" అన్నాడు. అల్లాదీన్ భయపడ్డాడు. వాడు పెద్దగా అరిచాడు, "వద్దులే! నువ్వు బయటకి వచ్చేదాకా నేను నీకు దీపం ఇవ్వను. ఈ స్థలం నాకు ఇష్టం లేదు."

మాంత్రికుడికి చాలా కోపం వచ్చింది. అతను వెంటనే ట్రాప్-డోర్ మూసివేసి ఇంటికి తిరిగి వెళ్ళాడు. పేద అల్లాదీన్‌ను గుహలోపల మూసివేశారు. అల్లాదీన్ కూర్చుని ఏడ్చాడు. పొరపాటున దీపంతో చేతులు రుద్దుకున్నాడు. ఒక్కసారిగా ఆ ప్రదేశం పొగతో నిండిపోయింది. దీపం నుండి ఒక పెద్ద జెనీ వచ్చింది. అల్లాదీన్ భయపడ్డాడు. అతను ఏడుస్తూ "ఎవరు నువ్వు?" జెనీ తన బరువైన స్వరంతో, "నమస్కారం మాస్టారు, నేను ఈ దీపం యొక్క జీనిని. నేను మీకు బానిసను మరియు మీరు నాకు యజమాని. దయచేసి నేను మీకు ఏమి చేయగలను చెప్పండి."

అల్లాదీన్ ఆపుకోలేక ఏడ్చాడు. అతను "నేను ఇంటికి తిరిగి వెళ్లాలనుకుంటున్నాను."

"మీరు చెప్పినట్లు, నా మాస్టారు," జెనీ చెప్పింది. అల్లాదీన్ కొన్ని సెకన్లలో ఇంట్లో ఉన్నాడు. అతను తన తండ్రికి కథ మొత్తం చెప్పాడు. తండ్రి కుతూహలంగా ఉన్నాడు. దీపం రుద్దాడు. దీపపు జీని మళ్లీ ప్రత్యక్షమైంది. తండ్రి ధనవంతులు, సంపదలు అడిగారు. వెంటనే వారు ధనవంతులయ్యారు. ఒకరోజు, అల్లాదీన్ అందమైన యువరాణి బద్రోల్‌బాదూర్‌ను చూశాడు. అతను వెంటనే ఆమెతో ప్రేమలో పడ్డాడు.

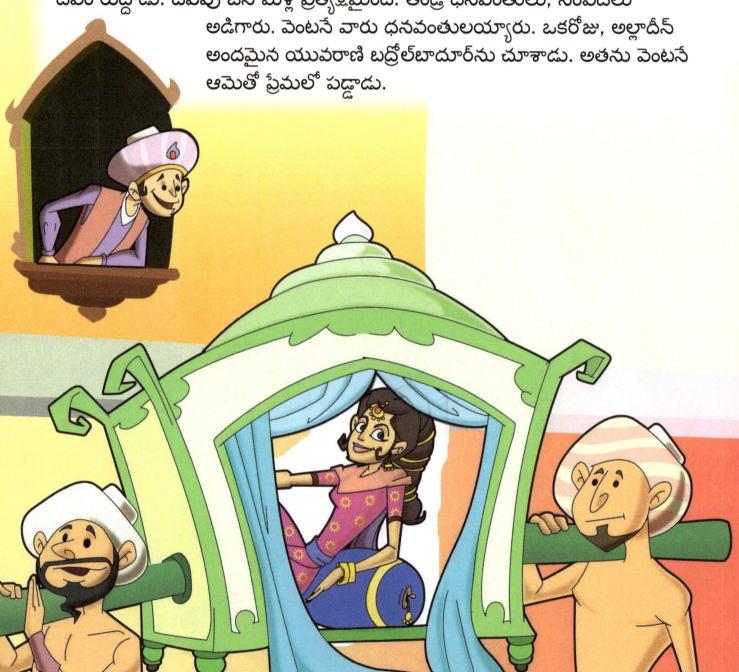

అతను తన కుమార్తె చేయి అడగడానికి తన తల్లిని సుల్తాన్ వద్దకు పంపాడు. అల్లాదీన్ సంపద మరియు కీర్తి గురించి రాజుకు తెలుసు. అతను ప్రతిపాదనను అంగీకరించాడు. అలాద్దీన్ మరియు బద్రుల్‌బాదూర్ వివాహం చేసుకున్నారు. అల్లాదీన్ తమ కోసం ఒక భారీ ప్యాలెస్ నిర్మించమని జెనీని కోరాడు. చెడ్డ మాంత్రికుడు అల్లాదీన్ యొక్క భారీ ప్యాలెస్ గురించి విన్నాడు. అది అని అతనికి అర్థమైంది దీపం యొక్క మాయాజాలం. అతను ఒక పథకం వేశాడు. ఒకరోజు అల్లాదీన్ రాజభవనంలో లేని సమయంలో, మాంత్రికుడు దీపం అమ్మేవారి వేషం వేసుకున్నాడు.

పాతవాటికి కొత్త దీపాలు! యువ యువరాణి ఉంది ఇది విని సంతోషించి, వెంటనే పాత మంత్ర దీపాన్ని మాంత్రికుడికి ఇచ్చి కొత్తది తీసుకున్నాడు.మాంత్రికుడు యువరాణి బద్రుల్బాదోర్ను ఆఫ్రికాకు రవాణా చేశాడు. అల్లాదీన్కి ఈ విషయం తెలిసింది మరియు ఆఫ్రికా వెళ్లాలని నిర్ణయించుకున్నారు. అతను చాలా పోరాటం తర్వాత యువరాణిని కనుగొన్నాడు. అది చూసి యువరాణి సంతోషించింది

మళ్ళీ అతనిని. అల్లాదీన్ స్లీపింగ్-టానిక్ని బద్రుల్బాదూర్కి అందజేశాడు. అతను ఆమెను మాంత్రికుడి పానీయంలో పోయమని అడిగాడు. మాంత్రికుడు అందమైన యువరాణి నుండి వైన్ కలిగి సంతోషించాడు. వైన్ తాగి అపస్మారక స్థితికి చేరుకున్నాడు. అల్లాదీన్ తన దీపాన్ని తీసుకొని జెనీని పిలిచాడు. జెనీ అల్లాదీన్ మరియు యువరాణిని తిరిగి వారి రాజభవనానికి తీసుకువెళ్లాడు. అల్లాదీన్ మరియు బద్రుల్బాదూర్ ఎప్పటికీ సంతోషంగా జీవించారు.

ది గ్రేట్ కింగ్ మరియు డౌబస్ ది ఫిజిషియస్

ఒకప్పుడు గ్రీసులో ఒక కుష్ఠురోగి రాజు ఉండేవాడు. అతని పేరు యువన్. అతని శరీరమంతా వికారమైన తెల్లని మచ్చలు ఉన్నాయి. అతను వ్యాధిని నయం చేయడానికి అనేక నివారణలు ప్రయత్నించాడు. అనుభవజ్ఞులైన వైద్యులను రాజు సేవకు పిలిచారు. రాజును ఎవరూ నయం చేయలేకపోయారు. ఒకసారి, ఒక దూత కోర్టుకు వచ్చాడు. అతను "యువర్ హైనెస్! ఒక యువకుడు మిమ్మల్ని కలవాలనుకుంటున్నాడు. అతను మీ వ్యాధిని నయం చేయగలనని చెప్పాడు."

అతన్ని వెంటనే కోర్టులో హాజరు పరచండి" అన్నాడు రాజు. దూత వైద్యుని తీసుకొచ్చి "ఎవరు నువ్వు?" అడిగాడు రాజు. "యువర్ హైనెస్! నా పేరు డౌబన్," వైద్యుడు బదులిచ్చాడు. "నేను మీ అనారోగ్యం గురించి విన్నాను," జోడించారు వైద్యుడు. రాజు ఇప్పుడు నివారణలు అనుసరించి విసిగిపోయాడు. అతను వైద్యుని నమ్మలేదు. "నేను నిన్ను ఎలా నమ్మగలను? చాలా మంది అనుభవజ్ఞులైన వైద్యులు నన్ను నయం చేయడంలో విఫలమయ్యారు" అని రాజు అడిగాడు. డౌబన్ అన్నాడు, "యువర్ హైనెస్! చర్మ సమస్యలపై నేను చాలా అరబిక్, పర్షియన్ మరియు హీబ్రూ పుస్తకాలు చదివాను. నేను మీకు ఖచ్చితమైన నివారణను కలిగి ఉన్నాను." యువన్ రాజు నిరాశలో ఉన్నాడు. అతను "సరే! నేను నిన్ను విశ్వసిస్తాను. అయితే ఇక్కడ నాకు ఒక షరతు ఉంది." "ముందుకు వెళ్ళు, యువర్ హైనెస్!" డౌబన్ అన్నారు. వైద్యుడు వ్యాధిని నయం చేయడంలో విఫలమైతే, అతని తల నరికివేస్తానని రాజు ప్రకటించాడు. వైద్యుడు అంగీకరించాడు. అతను తన బ్యాగ్ నుండి ఒక కర్ర మరియు బంతిని తీశాడు.

కర్ర హ్యాండిల్ వద్ద సన్నగా ఉంది. కర్ర చివర గుండ్రంగా ఉంది. హ్యాండిల్ పొడి ఔషధంతో తయారు చేయబడింది. అతను ఇలా అన్నాడు, "మీ మహనీయులారా, ఇది మీకు నయం చేస్తుంది. మీ శరీరం చెమటతో నిండిపోయే వరకు ఈ కర్రతో బంతిని కొట్టమని నేను మిమ్మల్ని అభ్యర్థిస్తున్నాను. మూడు నెలల పాటు ప్రతిరోజూ ఇలా చేయండి. మీరు రాజభవనానికి చేరుకున్న వెంటనే మీ హమామ్‌కు వెళ్లి ఒకదాన్ని తీసుకోండి. స్నానం చేయండి. మీ చర్మాన్ని లూఫాతో స్క్రబ్ చేయండి" అని వైద్యుడు చెప్పాడు. రాజు నవ్వాడు. డౌబాన్ జోక్ చేస్తున్నాడేమో అనుకున్నాడు. కానీ అతను డౌబాన్‌ను అనుసరించాలని నిర్ణయించుకున్నాడు. "ఉండండి మూడు నెలల తర్వాత శిరచ్ఛేదం చేయడానికి సిద్ధమయ్యాడు" అని అతను డౌబన్‌తో చెప్పాడు.

"నేను క్షమించమని వేడుకుంటున్నాను, యువర్ హైనెస్" అన్నాడు వైద్యుడు. "అయితే మీరు నయమైతే ఏమిటి?" అడిగాడు డౌబన్. రాజు, "అయ్యో! నువ్వు నా అధికారిక వైద్యునిగా నియమింపబడతావు. నీకు నివసించడానికి ఒక ప్రత్యేక స్థలాన్ని కేటాయించి, నీకు ధనవర్షం కురిపిస్తాను" అన్నాడు. వైద్యుడు సంతోషించాడు. రాజు యువన్ మూడు నెలల పాటు వైద్యుడు సూచించినట్లు చేశాడు. వ్యాయామం అతనికి చెమటలు పట్టించింది. హ్యాండిల్‌పై ఉన్న మందు అతని చర్మంలోకి చేరుతుంది. మూడు నెలల్లోనే కోలుకున్నాడు.

ఒకరోజు రాజు తన సభికులతో కూర్చున్నాడు. అకస్మాత్తుగా అతని వజీర్, "యువర్ హైనెస్! మీకు ఉంది అల్లా ఆశీస్సులతో కోలుకున్నారు. వైద్యుడు ఏ క్షణంలోనైనా ఇక్కడే ఉంటాడు." "హ్మ్మ!" అన్నాడు రాజు. వజీర్, "ఆయన పాపులారిటీ పెరుగుతుందని నేను భయపడుతున్నాను. మొత్తం గ్రీస్ మరియు పొరుగు దేశాలకు అద్భుతం గురించి తెలుస్తుంది. నీ కుష్టువ్యాధి గురించిన వార్త దూర రాజ్యాలకు చేరుతుంది." "నేనేం చెయ్యాలి?" అని అడిగాడు రాజు. "మీ మహనీయులారా! వైద్యుని మరణమే పరిష్కారం. నా దగ్గర ఒక ప్లాన్ ఉంది" అన్నాడు వజీర్మ్మం దుజాగ్రత్తగా వైద్యుడు డౌబన్‌ను కొన్ని అదనపు కర్రలతో పిలిపించారు. డౌబాన్ కనిపించినప్పుడు, వజీర్ అన్నాడు, "దౌబాన్! ఈ అద్భుత కర్రలను మెజెస్టి పాదాల వద్ద ఉంచండి." వైద్యుడు ఆదేశించిన విధంగా ప్రయత్నించాడు. అకస్మాత్తుగా అతని వెనుక నుండి ఒక శక్తి వచ్చింది మరియు అతని చేతిలో నుండి కర్రలు జారిపోయాయి. అందులో ఒక కర్ర రాజు కుడి పాదానికి తగిలింది. "ఆహ్! అల్లా! వైద్యుని క్రూరమైన ఉద్దేశాల నుండి నన్ను రక్షించు!" పెద్దగా అరిచాడు రాజు. వెంటనే వైద్యుని శిరచ్ఛేదం చేయాలని ఆదేశించాడు.

తను ట్రాప్ అయ్యానని డౌబన్‌కి అర్థమైంది. అతను “యువర్ హైనెస్! నేను చేయవలసిన చివరి కోరిక ఉంది.” గ్రీస్‌లోని ఆచారం ప్రకారం, ఒక అపరాధికి చివరి కోరిక చేసే హక్కు ఉంది. “ముందుకు వెళ్ళు” అన్నాడు రాజు. డౌబన్ తన సంచిలోంచి చిన్న పుస్తకాన్ని తీశాడు. “ఇది మ్యాజిక్ పుస్తకం, యువర్ హైనెస్!” అన్నాడు వైద్యుడు. “నేను చనిపోబోతున్నాను కాబట్టి, నా రహస్య నివారణలన్నీ ఎవరైనా తెలుసుకోవాలని నేను కోరుకుంటున్నాను, దయచేసి అరవయ్యవ పేజీకి వచ్చే వరకు మీ వేలిని లాలాజలంతో తడిపి, పేజీలను ఒక్కొక్కటిగా తిప్పండి.

రాజు అలాగే చేసాడు. కానీ అరవయ్యో పేజీకి వచ్చేసరికి శరీరం విపరీతంగా దురద పెట్టింది. యొక్క శరీరం రాజు ఎర్రటి అగ్గీ దద్దుర్లతో కప్పబడి ఉన్నాడు. “ఓహ్! మీరు నన్ను ఏమి చేసారు, డౌబాన్!” వైద్యుడు నవ్వుతూ నిలబడ్డాడు. రాజు తన పాపాలకు ప్రతిఫలమిచ్చాడని అర్థం చేసుకున్నాడు. అతను బిగ్గరగా అరిచాడు, “నన్ను నయం చేయి! నా పనులకు నన్ను క్షమించండి. నేను మీకు చేసిన వాగ్దానాన్ని నిలబెట్టుకుంటాను, డౌబాన్. నన్ను ఇప్పుడే నయం చేయి!” డౌబన్ వెంటనే తన సంచిలోంచి ఒక గిన్నె తీశాడు. అందులో కాస్త పౌడర్ చల్లి నీళ్లు పోశాడు. మందు తాగమని రాజును అడిగాడు. రాజు కోలుకున్నాడు. డౌబాన్‌పై ధనవర్షం కురిపించారు. అతను చాలా సంవత్సరాలు రాజుకు సేవ చేశాడు.

ముగ్గురు యువరాజులు మరియు ఫెయిరీ పరి బానో కథ

ఒకప్పుడు సుల్తాన్ ఉండేవాడు. అతని పేరు అబు-అల్-ఖైర్. అతనికి ముగ్గురు కొడుకులు. వాళ్ళ పేర్లు అలీ, అహ్మద్ మరియు హుస్సేన్ ఉన్నారు. సుల్తాన్‌కు ఒక అందమైన మేనకోడలు కూడా ఉంది. ఆమె పేరు నూరౌనిహార్. సుల్తాన్ తన కుమారులలో ఒకరికి నూరౌనిహార్‌తో వివాహం చేయాలని కోరుకున్నాడు. సుల్తాన్ తన కొడుకులను చాలా ప్రేమిస్తాడు. అందుకే, వారికి అన్యాయం చేయకూడదనుకున్నాడు. ఒక రోజు, అతను తన కొడుకులను పరీక్షించాలని నిర్ణయించుకున్నాడు. సుల్తాన్ తన కుమారులను పిలిచి, “నా ప్రియమైన కుమారులారా, దూర ప్రాంతాలకు వెళ్లి నా కోసం బహుమతి తీసుకురండి.

ఉత్తమ బహుమతి తెచ్చేవాడు నూరూనిహార్‌ను వివాహం చేసుకుంటాడు."

రాజకుమారులు నూరొనిహార్ అందానికి ముగ్ధులై ఆమెను వివాహం చేసుకోవాలనుకున్నారు. సుల్తాన్ ప్రకటన వారిని సంతోషపెట్టింది. ముగ్గురూ రాజభవనాన్ని విడిచిపెట్టారు. వారు సుల్తాన్ కోసం ఉత్తమ బహుమతిని తీసుకురావాలని నిశ్చయించుకున్నారు. హుస్సేన్, పెద్ద యువరాజు బిస్‌నగర్ నగరానికి వెళ్ళాడు. మార్కెట్‌లో సందడి నెలకొంది. అతను ఒక చూసాడు తివాచీలు అమ్మే వ్యాపారి. హుస్సేన్ తివాచీలు అమ్మేవాడి దగ్గరికి వెళ్లి, "ఈ అందం ధర ఎంత తివాచీ?" కార్పెట్ అమ్మేవాడు "యాభై బంగారు నాణేలు మాత్రమే సార్."

దీంతో హుస్సేన్ ఆశ్చర్యపోయాడు. "దీనికి యాభై బంగారు నాణేలు? జోక్ చేస్తున్నావా?" కార్పెట్ హాకర్ "ఇది మామూలు తివాచీ కాదు సార్. ఇది ఎగురుతుంది. ప్రపంచంలోని అన్ని ప్రదేశాలకు మిమ్మల్ని తీసుకెళ్లగలదు."

హుస్సేన్ తన చెవులను నమ్మలేకపోయాడు. పరీక్ష కోసం అభ్యర్థించాడు. అతను దానిపై కూర్చున్నాడు. హుస్సేన్ చూసి పులకించిపోయాడు కార్పెట్ ఎగురుతోంది. కొద్దిసేపటి తర్వాత అమ్మవారి దగ్గరకు తిరిగి వచ్చాడు. అతను “ఇదిగో మీ యాభై నాణేలు. నాకు ఇది కావాలి కార్పెట్.

చిన్న యువరాజు అలీ బాసర నగరానికి వెళ్ళాడు. అక్కడ ఒక వ్యాపారి వింత వస్తువులు అమ్మడం గమనించాడు. అతను వ్యాపారి వద్దకు వెళ్లి ఏదైనా ప్రత్యేకత చూపించమని అడిగాడు. వ్యాపారి ఒక పొడవైన గాజు గొట్టాన్ని యువరాజుకు చూపించాడు. ట్యూబ్ అందంగా కనిపించింది. ఇది రంగురంగుల మరియు ప్రకాశవంతంగా మెరుస్తూ ఉంది. “దీనికి ఎంత?” అడిగాడు అలీ. “కేవలం యాభై బంగారు నాణేలు, సార్,” వ్యాపారి సమాధానం చెప్పాడు. “ఏం చెత్త!” అన్నాడు అలీ. వ్యాపారి వెంటనే, “అయ్యా, ఇది సాధారణ గాజు గొట్టం కాదు. ఇది మాయా గొట్టం. మీరు కోరుకున్నది ఏదైనా చూసేలా చేస్తుంది.” అలీ వెంటనే గ్లాసు తీసుకుని నూరౌనిహార్‌ని చూడాలనుకున్నాడు. ఫౌంటెన్ దగ్గర కూర్చుని పాడుతున్నట్టు ట్యూబ్ చూపించింది. అలీ వ్యాపారి నుంచి ట్యూబ్‌ని కొనుగోలు చేశాడు.

అహ్మద్, చిన్న యువరాజు సమర్కండ్ వెళ్ళాడు. అతను సుల్తాన్ కోసం బహుమతి కోసం వేటలో అలసిపోయాడు. అకస్మాత్తుగా "యాభై బంగారు నాణేలకు ఖర్జూరం కొనుక్కో! ఇప్పుడే కొనుక్కో!" అని పెద్ద స్వరం వినిపించింది. ప్రిన్స్ అహ్మద్ తన మాటలను నమ్మలేకపోయాడు చెవులు. అమాయకులను ఎందుకు మోసం చేస్తున్నావు.. ఒక్క ఖర్జూరానికి ఎలా అమ్ముతావంటూ అమ్మను అడిగాడు యాభై బంగారు నాణేలు?"

దానికి అమ్మవారు, "అయ్యా, ఇది మామూలు ఖర్జూరం కాదు. ఖర్జూరం తింటే రోగాలన్నీ నయమవుతాయి, ఇది అద్భుత ఖర్జూరం" అని సమాధానమిచ్చాడు. అహ్మద్ ఖర్జూరం తీసుకుని అతని చేతి గాయంపై పరీక్షించాడు. అతను సుల్తాన్ కోసం బహుమతిని వెతకడానికి వీధుల్లో తిరుగుతూ ఈ గాయాన్ని పొందాడు. గాయం వెంటనే మాయమైంది. అహ్మద్ తేదీ కొన్నాడు.

ముగ్గురు యువరాజులు రాజభవనానికి చేరుకున్నారు. సుల్తాన్ విలువైన బహుమతులను చూసి సంతోషించాడు కానీ ఏది ఉత్తమమో నిర్ణయించలేకపోయాడు. అతను చెప్పాడు, “నా ప్రియమైన కుమారులారా, బహుమతులు చాలా ప్రత్యేకమైనవి, నేను గందరగోళానికి గురయ్యాను. మరొక పరీక్ష తీసుకోండి. బాణం వేయండి మరియు ఎవరి బాణం ఎక్కువ దూరం వెళుతుందో వారు విజేత అవుతారు.” ప్రిన్స్ అహ్మద్ బాణం చాలా దూరం వెళ్ళింది. దానిని గుర్తించలేకపోయారు. అలీ సుదూర ప్రదేశానికి బాణం విసిరాడు. హుస్సేన్ అలా చేయడంలో విఫలమయ్యాడు. అలీ విజేతగా ప్రకటించబడ్డాడు మరియు అందమైన నూరౌనిహార్ హుస్సేన్‌ను వివాహం చేసుకున్నాడు. రాజభవనాన్ని వదిలి ఫకీరు అయ్యాడు.

ఇంతలో, అహ్మద్ సుల్తాన్ చేత మోసపోయానని భావించాడు మరియు అతని బాణం కోసం రాజభవనం నుండి బయలుదేరాడు. అతను అడవులు, నగరాలు మరియు పర్వతాలలో తిరిగాడు. చివరికి, అతను తన బాణాన్ని కనుగొన్నాడు. అది ఒక గుహలో ఇరుక్కుపోయింది. అతను దానిని లాగాడు. పెద్ద శబ్దంతో తలుపు తెరుచుకుంది. అహ్మద్ ఒక అందమైన కన్య తన సోఫాలో కూర్చోవడం చూశాడు. ఆమె, "వెల్‌కమ్ యువర్ హైనెస్!" అహ్మద్ ఆశ్చర్యపోయాడు. అతను "అందమైన లేడీ, నేను మీకు తెలుసా?" "అవును! నేను నీ కోసం ఎదురు చూస్తున్నాను. నేనొక దేవకన్యను. నా పేరు పరి బానౌ. నువ్వు చాలా అందమైన భార్యను పొందే అదృష్టవంతుడివి. మేం మేడ్ ఫర్ ఈచ్ అదర్" అని సమాధానం చెప్పింది. యువరాజు అహ్మద్ తన అదృష్టాన్ని నమ్మలేనంత అందంగా ఉంది.

అహ్మద్ పారి బానోను వివాహం చేసుకున్నాడు మరియు అద్భుత భూమిలో సంతోషంగా జీవించడం ప్రారంభించాడు. ఒకరోజు తన తండ్రిని కలవాలనుకున్నాడు. పరి బానౌ అతనికి రెక్కలు ఇచ్చింది. వారిద్దరూ సుల్తాన్ అబు-అల్-ఖైర్ రాజభవనానికి వెళ్లారు. సుల్తాన్ అహ్మద్ అందమైన అద్భుతాన్ని చూసి సంతోషించాడు. "ఆ! నా కొడుకు!" అన్నాడు సుల్తాన్. "పరి బానౌ కదా? ఆమె అందానికి ప్రపంచవ్యాప్తంగా పేరుంది" అని అడిగాడు సుల్తాన్. అహ్మద్, "అవును, నాన్న. ఆమె పరి బానౌ. దేవుడు చాలా దయగలవాడు." అహ్మద్ తండ్రిని కౌగిలించుకున్నాడు. అతని తండ్రితో కొంత సమయం గడిపిన తర్వాత, అహ్మద్ మరియు పరి బానౌ తిరిగి అద్భుతభూమికి వెళ్లారు. వారు జీవించారు తర్వాత కలకాలం సుఖంగా.